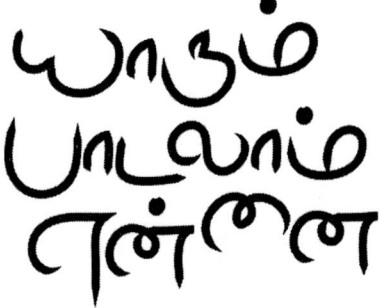

யாரும் பாடலாம் என்னை

இயல்வாணன்

வேரல்
புக்ஸ்

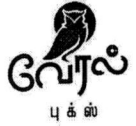

வேரல்
பு க் ஸ்

வேரல் புக்ஸ் வெளியீட்டு எண்: 55

யாரும் பாடலாம் என்னை * இயல்வாணன்© * கவிதைகள் *
முதல் பதிப்பு: நவம்பர் 2023 * பக்கங்கள்: 78 *
வேரல் புக்ஸ் * 6, இரண்டாவது தளம், காவேரி தெரு, சாலிகிராமம், சென்னை – 600093 *
மின்னஞ்சல்: veralbooks2021@gmail.com * தொலைபேசி: 9578764322 *
அட்டை வடிமைப்பு: லார்க் பாஸ்கரன் * லேஅவுட்: சந்தோஷ் கொளஞ்சி

Yaarum Padalam Ennai * Iyalvaanan (S.Srikumaran)© * Poems *
First Edition: November 2023 * Pages: 78 *
Veral Books * No: 6, 2nd Floor, Kaveri Street, Saligramam, Chennai – 600093 * Email ID: veralbooks2021@gmail.com * Phone: 9578764322 *
Wrapper Designed by: Lark Bhaskaran * Layout Designed by: Santhosh kolanji

இலங்கை விலை ரூ.675

இந்தியா விலை ரூ.150

ISBN: 978-81-960620-3-3

இயல்வாணன் (1971)

இயற்பெயர் ஸ்ரீகுமரன். வட இலங்கையின் யாழ்ப்பாண மாவட்டத்தின் சுன்னாகம் இவரது பிறப்பிடமும் வாழிடமும். பள்ளிக் கல்வித்துறையில் அதிகாரியாகக் கடமையாற்றி வருகிறார். நாவல், சிறுகதை, கவிதை, விமர்சனம், பத்தி எழுத்து, நேர்காணல், சிறுவர் இலக்கியம், புகைப்படத்துறை, பத்திரிகைத்துறை என விரிந்த தளத்தில் செயற்படுபவர். சுவடுகள் (நாவல் - 1992), புலர்காலையின் வலி (சிறுகதைகள் - 2022), அற்றுப் போன அழகு (கட்டுரைகள் - 2000), செல்லையா தாத்தாவும் செல்லக் குழந்தைகளும் (சிறுவர் பத்திகள் - 2008), பாக்கியம் பாட்டியின் விண்வெளிப் பயணம் (சிறுவர் நவீனம் - 2017) என்பன நூலாக வெளிவந்துள்ளன.

மனைவி : சிவரஞ்சினி

பிள்ளைகள் : ஸ்ரீபிரியன், சிவஇனியன், சிவசங்கவி

முகவரி : பத்மபதி, முருகேச பண்டிதர் வீதி,
சுன்னாகம் தெற்கு, சுன்னாகம்.

மின்னஞ்சல் : iyalvaanan@gmail.com

கைபேசி : 0779050037

நன்றிகள்

■

புதுவை இரத்தினதுரை

கருணாகரன்

அ.யேசுராசா

க.தணிகாசலம்

பேராசிரியர் ஸ்ரீபிரசாந்தன்

த.பிரபாகரன்

கி.செல்மர் எமில்

க.பரணீதரன்

சி.ரமேஷ்

ப.தயாளன்

அமரர் க.பாலநடராஜன்

அமரர் ம.வ.கானமயில்நாதன்

வேலணையூர் தாஸ்

எம்.பௌசர்

தானாவிஷ்ணு

அகில்

முல்லைஅமுதன்

வெளிச்சம் கவிதை தெரிதல் தாயகம் இலக்கியவெளி
ஜீவநதி நடுகை காற்றுவெளி எதுவரை சஞ்சீவி தீபம் தீம்புனல்

என்னுரை

கவிதை தாக்கவன்மைமிக்க ஒரு புனைவு வடிவம். காலங்காலமாய் அது தன்னைப் புதுக்கி வந்திருக்கிறது. உருவத்தில், உத்தியில், பாடுபொருளில் என அது பல்வேறு பரிமாணங்களில் விரிவு கண்டுள்ளது. பலரால் எழுதப்பட்ட மனதைத் தைக்கின்ற கவிதைகளில் திளைத்திருக்கிறேன். அந்தத் திளைப்பின் ஆர்வத்தில் எழுதப்பட்டவையே இந்தக் கவிதைகள்.

1991ஆம் ஆண்டு முதல் இன்று வரையான காலத்தில் எழுதிய சொற்பமான கவிதைகளில் அனேகமானவை இந்நூலில் இடம்பெற்றுள்ளன. இந்தக் கவிதைகள் அனைத்தும் அந்தந்தக் காலத்து எனது மனவுணர்வுகளைப் பிரதிபலிக்கின்றன. அந்தக் காலத்து நிலைமைகளின் விமர்சனமாக அல்லது எதிர்வினைகளாக இவற்றைப் பார்க்கலாம். காலகட்ட வேறுபாடுகளையும் பார்வை வேறுபாடுகளையும் இந்தக் கவிதைகள் வழியே நீங்கள் தரிசிக்கலாம்.

இந்தக் கவிதைகள் அசாதாரண காலத்தில் நெருக்கடிகளையும் தந்தன. அதனால் சிலகாலம் எழுதாமலும் இருந்திருக்கிறேன். நெருக்கடி காலத்தில் வெளிவந்த சில கவிதைகளைப் பெறமுடியவில்லை. சிலவற்றைத் தவிர்த்திருக்கிறேன். மீதமுள்ளவை இந்நூலில் இடம்பெற்றுள்ளன.

இக்கவிதைகளைப் பிரசுரித்த பத்திரிகைகள், சஞ்சிகைகளின் ஆசிரியர்களுக்கு எனது நன்றிகள். இந்நூலை வெளியிடும் வேரல் புக்ஸ் நிறுவனத்தாருக்கும், அதற்கான ஏற்பாடுகளைச் செய்த கருணாகரன் அவர்களுக்கும் நன்றிகள்.

இயல்வாணன்

உள்ளடக்கம்

1. இருப்பு – 9
2. முரண் – 10
3. வாழ்வைப் பற்றிய தேடல் – 11
4. அழைப்பு – 12
5. பூரணம் – 13
6. கற்றுக் கொள்ளல் – 14
7. இறுதிக் கனா – 15
8. மூன்று கவிதைகள்
   மெய்யுணர்வு
   நீச்சல்
   அகமும் முகமும்
9. ஒவ்வாச் சுழிக்கிடையே – 17
10. வலையும் அறுப்பும் – 19
11. இருள் விழுத்திய குரல் – 20
12. எதிர் நீச்சல் – 21
13. நாமே அறியாத நம்மைப் பற்றியவை – 22
14. சாளரம் துப்பியது அல்லது உனக்கும் நேர்ந்ததா? – 23
15. பரீட்சையில் எஞ்சிய வினாக்கள் – 25
16. காலக்குருடன் ராஜ்ஜியம் – 27
17. தொங்கும் இழைகள் – 28
18. பகிர வருதலின் – 29
19. உறைந்து வந்த திருமுகம் – 31
20. காத்திருக்கப்பட்ட காவு : யசீருக்கு அஞ்சலி – 33
21. அதிகாரம் பற்றிய குறிப்பு – 35

22. என்னுடையதும் அவர்களுடையதும் உலகங்கள் - 37
23. அங்கிடுதத்திகள் பற்றிய குறிப்பு - 38
24. விதிப்பு - 39
25. ஒப்பனை ஊர்வலம் - 40
26. இயக்க வியூகம் - 42
27. சலனப் பொழுதின் படிமத் தோற்றம் - 43
28. பூனையும் பூனைக்குட்டியும் - 45
29. யாரும் பாடலாம் என்னை - 47
30. எனது அப்பங்களை என்னிடமே தந்து விடு - 48
31. தனிமையின் தீராப் பக்கங்கள் - 49
32. மகனே! எங்கிருக்கிறாய்? - 51
33. உலகம் உருண்டைதான் - 53
34. புரியாப் பாடல் - 54
35. மூழ்கி எழல் - 55
36. காணாமல் போனது - 59
37. கேட்காத கீதம் - 60
38. மறுவாசிப்பின் முகங்கள் - 62
39. நீளும் பேரொலி - 64
40. உதிரும் பொய்கள் - 66
41. ஜீவன் உறைந்த வனம் - 68
42. வெள்ளம் போன பாதை - 69
43. கடையடைப்பு - 70
44. கழற்றி எறிந்த இரகசியம் - 72
45. மருத்துவமனையின் கீழ் உறங்கும் குளம் - 73
46. கடவுள் களவாடிய இயற்கை - 74
47. தேசியவாதியும் முடவனும் - 76

சமர்ப்பணம்

எஸ்போஸ் (சந்திரபோஸ் சுதாகர்)
மயன்/2 (சு.மகேந்திரம்)

இருப்பு

காதைக் கூர்மைப்படுத்திக் கொள்.
உருவழிந்து போன அதன்
உள்ளிருந்தொரு பாடல் கேட்கிறது.
காதைக் கூர்மைப்படுத்திக் கொள்!

இறந்து போன வாழ்வை
அது முணுமுணுக்கிறது.

நிலவில் குளித்ததையும்
நெடுவானில் அலைந்ததையும்
மனதை அலைபாய்ச்சி
வாழ்வமைத்ததையும்
அழகான வரிகளில்
சொல்கிறது அப்பாடல்.

இனிப் பார்!
அதன் உருத் தெரியும்.

கவிதை மாசி–பங்குனி 1995

முரண்

வண்ணங் குழைத்த மாலை
பொன்னின் குழியாய் கதிரோன்
அலை தவழும் கடல்
காற்றை உந்தும் புட்கள்
அழகழகாய் பூக்கள்

ஒய்வற்ற வெடியொலி
மெய் பிளந்த பிணங்கள்
முகமிழந்த வீடுகள்
மகிழ் மறந்த மனிதர்கள்
வண்ணங் கலைந்த மாலை

கவிதை மாசி–பங்குனி 1995

வாழ்வைப் பற்றிய தேடல்

புரியாப் புதிரொன்றை
முடிச்சவிழ்க்கும் பாரம் எனக்குள்.
உலர்ந்து போன இரவுகளில்
ஈரஞ் சொட்டச் சொட்ட
விழித்திருந்த அந்த நாட்களில் கூட
அதைப் புரியும் சந்தர்ப்பமில்லை.
தூங்கும் போதும்
எழுதும் போதும்
காற்றை வலித்து
மிதிவண்டியில் செல்லும் போதும்
பாரம் என்னை அழுத்துகிறது.
பிரயத்தனங்களின் முடிவு
பூச்சியமாகும் போது
அது சூன்யமெனத்
தோற்றந் தருகின்றது.

இப்போது வரையில்
போலிகள் மதிலாகி
மனவீட்டைக் காக்க நான்
தூங்குகிறேன்
பயணிக்கிறேன்

உப்பகலாக் கடல் நீரெனவான
அதற்குள் நின்று கொண்டே
கேட்கிறேன்
"வாழ்க்கை எங்கிருக்கிறது ?"
புரியாப் புதிரின் முடிச்சவிழ்ப்பு
இன்னமும் தொடர்கிறது.

கவிதை சித்திரை–வைகாசி 1995
(மஹாகவி நினைவுக் கவிதைப் போட்டியில் இரண்டாம் பரிசு பெற்றது)

அழைப்பு

கதிரறுத்து அம்மணமான
வயல்வெளியையும்
காய்ந்து வெடித்த
நீரற்ற ஏரியையும்
சுற்றிச் சுற்றிக் கத்தியலைகின்றன
பறவைகள்.

ஒரு புழுத்தானுமில்லை.
சிறுமீனின் முள்ளுமில்லை.

காற்று வந்து
அடிக்கடி
தள்ளி விட்டுச் செல்கிறது
தீயின் துண்டுகளை.
பாருங்கள்
அவற்றின் சிறகுகளில்
பொத்தல் விழுந்திருப்பதை.

ஒரு சுனையோ பசுஞ்சோலையோ
அவற்றை வாழ வைக்கும்.
யாராவது முன் வாருங்கள்
பேரிதயம் படைத்தவர்களே!
ஒரு சோலை கட்டி சுனை தோண்ட.

வெளிச்சம் மாசி 1996

பூரணம்

திடீரென ஆயிற்று வெற்றிடம்.

வியளம் கேட்கும் காற்று
இடுக்கெல்லாம் நுழைந்து தேடியது.
வீட்டு நாய்கள்
கதவு தட்டி அழுதன.
தம்முள்
ஜீவனேற்றிய உருவற்று
உயிர்க்கூடுகள் நடந்தன.
ஒரு கணத்தில்
இல்லாமலாகிய துயர் சுமந்து
தேய்ந்தழிந்தது நிலவு.

அம்மா!
நமது ஞாபகங்களில் சுழன்று
செயல்களில் ஊடுருவி நிஜமாகையில்
எப்படியாகிடும் நினது வெற்றிடம்?

கற்றுக் கொள்ளல்

நான் கண்டேனில்லை
எப்போதும்
சிட்டுக்குருவியின் சோக முகத்தை.

அதன் சந்தோசத்துக்கும்
புலம்பலுக்கும்
வித்தியாசமென்ன?
சுமை மிகப் பொருள் கொணர்ந்து
கட்டிய கூட்டிலிருந்து
யன்னல் கம்பிகளுக்குள்ளிருக்கும்
என்னைப் பார்க்கிற
அதன் நோக்கு என்ன?

புரியவில்லை எனக்கு.
புரியும் போது
நானும் வாழக்கூடும்.

சஞ்சீவி 05-07-1997

இறுதிக் கனா

ஓட ஓட
வாழ்வின் தூரம் நீள்கிறது.
வெப்பம் சுடரும் தெருக்களில்
நம்பிக்கையை
அழைத்துக் கொண்டு செல்கையில்
தவிக்கிறது வையம்.
குருட்டுப் பேர்வழியாக
அது நோக்குகிறது என்னை.

ஒரு தேவதையைப் போல
சிறகசைத்து வந்து
காலம்
நம் தலை நீவி விடுவதாய்க்
கனவு கண்டேன் இரவுகளில்.

கனவு தொடர்கிறது.
காலமோ
தலை நீவி விடவில்லை இன்னும்.
மரணம் நெருங்கும் கணம் வரை
இக்கனவில் புதைந்திருக்கலாம்
என்வாழ்வு.

சஞ்சீவி 05-07-1997

மூன்று கவிதைகள்

மெய்யுணர்வு

விறகேற்றிப் போகிறது வண்டி
என் இருப்பைப் பற்றி
வினா எழுப்பியபடி.

நீச்சல்

காற்றுடன் பொருதி
நடந்தது சைக்கிள்.
விறகுச் சுமையுள் புதைந்திருந்த
நாளை பற்றிய
அவனது நம்பிக்கையையும்
சேர்த்துக் கொண்டு.

அகமும் முகமும்

எனக்குத் தெரிகிறது
அவன் புன்னகையில் குரோதமிருப்பது.
அதைப் புரிந்து புன்னகைக்கும்
என்னுள்ளும் குரோதம்.
மனமிறுகி
முகம் மலர்ந்தோம் நாம்.

சஞ்சீவி 19–07–1997

ஒவ்வாச் சுழிக்கிடையே

இன்று பூரணை.
நிலவெழுந்து ஒளி சிந்தி
எனை அழைத்தது.
யன்னலில் முகம் புதைத்து
அழுதேன் நான்.

அழகிய வெண்ணிலவே!
உன்னுடன் கூடிக்களிக்க
ஒரு காலம் வாய்த்திருந்தது நமக்கு.
ஒளி ஒழுகும் அந்நேரம்
நீள்பொழுதில் சம்மணமிட்டிருந்து
பல கதையும் பேசியிருப்போம்.
மிக மகிழ்வோடே
ஆனந்தப் புனலாடியிருப்போம்.
தெரு வழியே
அன்பூறும் பாடலிசைத்து உலாவியிருப்போம்.

திடீரென,
நம்மை உலுக்கும் ஊழி பிறந்திட
காலம்
விழுந்திருக்கிறது துன்பச் சுழிக்குள்.
ஊழியின் சாபத்தில் சிக்கி
நமது பூமி ஒடுங்கியிருக்கிறது
ஒரு தெருநாயைப் போல.
அதன் மூச்செழுந்து
ஆங்காங்கே தீ மூட்டியிருக்கிறது
பச்சை வயல்களின் மீது.
உயிர் கருகும் நாற்றஞ் சுமந்து
காற்றலைகிறது வாசல் தோறும்.

கணத்துக்குள்
மகிழ்வின் சுவடழிந்து போன
நீறெழும் சாலைகளில்
துயரத்தின் பாடலே நிறைகிறது.
புலன் விறைத்துப் போய்
மனிதர்கள் துயின்றிருக்கிறார்கள்.
பிரமையென
வாழ்க்கை எதிர்கொள்கிறது நாள்களை.

நானும் கட்டுண்டிருக்கிறேன் இந்தச் சுழிக்குள்.
வெளியே வருவதற்கு அனுமதியில்லை.
என் செய்வேன் நிலவே!
புலனறுந்து இங்கே
பிணக்குழிக்குள் கிடக்கும் நான்.

சஞ்சீவி 26–07–1997

வலையும் அறுப்பும்

நேற்று ஓடிய குளிரோடையில்
நீயும் நானும் சுகித்திருந்தோம்.

இளவெயிலும்
இதமான மென்காற்றும்
ஒரு ஈர்ப்புக்குள் கட்டி வைத்தன நம்மை.

மீன்கள் துடிதுடிக்க
கரையெங்கும் அலை பாய்ந்தோம்.
நீரின் மேல்
கோலமிட்டோம் ஒரு நூறாய்.

சந்தோசங்களெல்லாம்
எங்களுக்கானதாக இருந்த அப்போது
விழி திறந்து பார்த்தாயா
அந்த மோனக் கிறக்கத்திலிருந்து?

கிடுகுவேலிக்குள் புதையுண்டு போன
எங்கள் நினைவுகளையெல்லாம்
ஊடறுத்துப் பரவியது எது, சொல்லு.
கரி படிந்து போன
வாழ்க்கைப் பாதையில் நின்று
ஊமையழுகையிடுவதில் என்ன கண்டாய்?

வியப்பை ஒழி முதலில்.
பாய்தலே நம் கடன்.

சஞ்சீவி 30-08-1997

இருள் விழுத்திய குரல்

காலம் விழுத்தியிருக்கிறது
சில துண்டு முட்களை,
நம் இதயத்தின் மீது.

சின்னனும் பெரியதுமாக
வலிமை மிக்கதாக
ஒவ்வொரு வடிவிலும் பெயரிலும்.
அவை
மனச்சாட்சியின் முனை வரை
ஊடுருவிப் பரவியிருக்கின்றன
சிலுவையில் அறையப்பட்டதாய்
நமது இதயம்
செயலற்றுத் தவிக்கின்றது.

கோபம் வரும்போது முடியவில்லை.
அவஸ்தைப்பட்டு
வெந்து மறுகி விட்டுச் சோர்கிறது.
இரக்கமும் கூடவில்லை
வலி கொண்டு அழுதழுது தேறுகின்றது.
துடிப்பில் எந்த லயமும் இல்லை.
தன்னிருப்பைச்
சொல்லவும் வகையில்லை அதற்கு!

யாரிடமிருக்கிறது
நைந்து போகாத ஒரு இதயம் ?
காலஞ் சபிக்காத
அந்த மனிதனைக் காண ஆசை.

சஞ்சீவி 01-11-1997

எதிர் நீச்சல்

கண்வழி நடந்தேன்
கானலே எதிர்ப்பட்டது.
கால்வழி நடந்தேன்
தூரம் முடிவிலாதிருந்தது.
மனம் வழி நடந்தேன்
நிஜத்தைத் தொலைக்கலானேன்.
அடுத்தடுத்து
எப்படி நடப்பதென
என்னுள்ளே முரண்பட்டேன்.

ஈற்றில்
எதிரென நடப்பதாய்
இசைவு கண்டேன்.
நடக்கிறேன்.
வாழ்க்கையும் நானுமாய்

நாமே அறியாத நம்மைப் பற்றியவை

தெரு நாய்களின் ஊளையொலி நிறைந்த
நிலவெறித்த முன்னிரவொன்றில்
காதல்
எம்மிடம் தோற்ற கதையழுதேன்
அன்பே!

நம்மைப் பிரித்திடவும்
நாம் பிரிந்திடவும்
காரணமில்லையென்ற
கற்பிதங்கள் சிதைந்ததை
என்னவென்போம்?

சித்திரையின் பகலொழித்து
மழை பெய்த முழுநாளும்
நீயழுத கதை கேட்டேன்.
குற்றஞ் சொன்னாய் என்மீது.

நான் என் பெற்றோர் மீதும்
அவர்கள்
தாலிக் கனவுடனிருக்கும்
என் சகோதரிகள் மீதுமாய்
மாற்றிக் கொண்டோம் குற்றத்தை.

தாள்களின் பின்னால்தான்
இந்த உலகமும் உறவுகளும் என்பதை
அறியாதிருந்தோம் நாம்.
அறிந்திடில்
நமக்குக் காதல் வாய்த்திராது.
அன்றேல்
பிரிவு நேர்ந்திராது.

தாயகம் செப்ரெம்பர் 1998

சாளரம் துப்பியது அல்லது உனக்கும் நேர்ந்ததா?

நான் தூஷிக்கப்பட்டேன்
மிகக் கொடிய வார்த்தைகளால்.
நான் பயமுறுத்தப்பட்டேன்
பெயரறியாப் பிசாசுகளால்.
நான் தாக்கப்பட்டேன்
இதயமற்றவர்களின் இரும்புக் கம்பிகளால்.
சிறைக்கதவுகள் திறக்கப்பட்டிருப்பது
எனக்காகவென்று
எச்சரிக்கப்பட்டேன் பலநூறு பேரால்.
உனக்கும் இது நேர்ந்ததா
நண்பனே?

எங்கள் தெருக்கள் வழிமறிக்கப்பட்டன
எங்களுக்கு.
நிர்வாணமாக வருவதே
புத்திசாலித்தனமென்று
சோதனைச் சாவடிகள்
ஆலோசனை சொல்லின.
மலங் கழிக்கவும்
சலம் விடவும்
பற்றைகளை நாடுவோர்
கொல்லப்பட வேண்டிய கெரில்லாக்காரரென

சட்டவிதிகள் உருமாற்றின மனிதர்களை.
தெரு,வீடு,பாடசாலை,அலுவலகம்
எங்காயினும்
மரணத்துக்கும் பிடிவிறாந்துக்கும்
அவசர அனுமதி தரப்பட்டது.
உன்னூரிலும் இது நடந்ததா
நண்பனே ?

ஒரு துப்பாக்கியையோ இரும்புக் கம்பியையோ
கனவு
திரும்பத் திரும்ப திரையிடுகிறது.
தூக்கம் கெடும் போதெல்லாம்
சுற்றிலும்
பிசாசுகளின் அரவம் கேட்கிறது.
சூனியத்தில் சுழலும் மனது
திடீரென
பரந்து வீரியம் கொள்கிறது.
எல்லாவற்றிலும் மோதி
எதிரொலிக்கும் உணர்வில்
குருதி
குதித்துப் புரள்கிறது.
உனக்கும் தோன்றியதா
இந்த உணர்வு ?

வெளிச்சம் 50வது சிறப்பிதழ்

'20ஆம் நூற்றாண்டு ஈழத்துத் தமிழ்க் கவிதைகள்'தொகுப்பு

பரீட்சையில் எஞ்சிய வினாக்கள்

மழைமேகம் விலக்கி
சூரியக் கதிர்கள் பரவும் காலைப்பொழுது.
பசிய இலைகளை வருடி வருடி
பூந்தேன் ருசித்தன
வண்ணத்துப்பூச்சிகள்.
பின்,
இணை சேர்ந்து நடனமாடின.
மருதமரந் தழுவிய தென்றல்
பூந்தாதை ஏந்தி வந்து
முகத்தில் எற்றி விட்டு விலகியது.
நூற்றாண்டுப் பழமையின் நிழல் தேக்கி
உயிர்த்திருக்கிறது கல்லூரி
ஒரு அனுபவஸ்தனாய்.

பரீட்சை நடக்கிறது.
அங்குமிங்கும்
நடை பயில்கின்றனர் நோக்குநர்கள்.
விடைத்தாளில் கைகள் ஊர
புலன் நுழைகிறது எழுத்தாய்.

o0o

கிளைகள் அசைகின்றன
சற்றைக்கெல்லாம்
அவை தலைகளாகின்றன.
சுவரைத் தாண்டி வந்து
அலறுகிறது 'மொபைல் செற்'
உள்ளே வந்தான் இராணுவ அதிகாரி
சில துப்பாக்கிதாரிகள் சகிதம்.

பின்னர்
அவர்களும் நோக்குநராயினர்.
அடையாள அட்டையைப் பரிசோதித்தனர்.
பின்,
மெல்ல மெல்ல அப்பால் மறைந்தனர்.

o0o

வண்ணத்துப் பூச்சிகளும் பூக்களும்
மருதங்காற்றும்
ஞாபகத்தில் அழிந்தன.
செவியில்
மொபைல்செற்றின் அலறலே எதிரொலிக்க
புலன் முழுவதும்
அவர்களே நிறைந்திருந்தனர்.

வானங் கறுத்த மதியத்தில்
வெளியே வந்தேன்
இரு வினாக்களுடன்.
இந்த மழைக்காற்றில் சுகம் காணும்
வண்ணத்துப் பூச்சியாவது எப்படி?
பரீட்சையில் எதை எழுதினேன்?

வெளிச்சம் 1997

காலக்குருடன் ராஜ்ஜியம்

ஒரு கோலம் போட்டல்லவா
நடந்து போனோம்!
திடீரென
புயற் சுழிப்பில்
சுழன்றறுந்து வீழ்ந்த நம் வாழ்வு
காலக் குருடன் காலடியில் கிடக்கிறது
நிலை மறந்து
திசை புரண்டு.

பாதங்களை ஊன்றி
குருடன் நடக்கிறான்
நம்மை நசித்து நசித்து.

திடீரென
எம்பி எம்பிக் குதிக்கிறான்.
முரட்டாட்டம் போடுகிறான்.
ஆங்காங்கே
உயிர்களை உருவியெடுத்து
வீதிகள் பற்றைகளில்
உடல்களை விழுத்திச் செல்கிறான்.
தனது பிரகடனங்களும் கட்டளைகளுமே
வாழ்வின் பயனென
உரத்துக் கூக்குரலிடுகிறான்.

உண்மையைத் தரிசிக்கும் வகையறியான்
ராஜாங்கம்
பரந்திருக்கிறது
நிழல் மீதும் நம் உடல் மீதும்.

வெளிச்சம் 1997

தொங்கும் இழைகள்

அவன் எனக்கு நண்பனாயிருந்தான்.

பல பொழுதுகளில்
பிரியாத பந்தமெனக் கதையளந்தோம்.
பரிவும் தண்மையும் பூத்த
இரு கிளைகளெனக்
கற்பிதம் செய்தோம்.
ஒரு ஜீவனே
நம்முள் புகுந்திருப்பதாய்
களி கூர்ந்தோம்.
பாடசாலையும் எங்கள் வீடுகளும்
வழுக்கியாற்று மதகும்
இன்ன பிறவும் நட்பின் இளைகளாயின.

ஒரு வசந்தப் பொழுதில்
அவனுக்குத் திருமணமாயிற்று.
அக்கணமே காணாமற் போனான்.

பின்,
நட்பின் இழைகள் அறுந்து தொங்கின.
எனதும் அவனதும் வீடாகவும்
பாடசாலையாகவும்
வழுக்கியாற்று மதகாகவும்
நானாகவும் அவனாகவும் கூட.

சஞ்சீவி 31–01–1998

பகிர வருதலின்

வேண்டும் ஓர் உறவெனக்கு.

போலியின் திரை விரிப்பில்
மாயச் சுவரெழுப்பும்
பார்வையும் புன்னகையும்
யாரிடமுமிருக்கிறது தாராளமாய்.
தப்பின் குரல் மறைத்து
சந்தர்ப்பக் கூக்குரல்கள்
நேசம் புரிவதாய்ப் பாவிக்கின்றன.
ஒவ்வொரு மாலையும்
கொஞ்சம் அருள் வார்த்தைகளுமாய்
குரூரங்கள்
தலைவாரி விடுகின்றன.
வீதிகளில்
ஞாபகங்களின் இரை மீட்டி
சற்றே மிரட்டி,
பின் அபயமளிப்பதாய் ஆசீர்வதிக்கின்றன.
சில கண்களும்
கடந்த காலத்து மனிதனென மறுகி
தீண்டாமை விரதமிருக்கின்றன.
பரவாயில்லையே,
சில எச்சமிட்டல்லவா செல்கின்றன.

எனக்கெதற்கு இவை?

எனக்கு வேண்டும் ஒருறவு!
அன்பின் வார்த்தைகளால் தலை வாரி,
நமது மகிழ்ச்சியில் சுகங்கண்டு,
மனதின் வலிகளுக்கு ஒற்றடமிட்டு,
நமது துன்பங்களில் நமைத் தேற்றி,
நமக்கென்றொரு தளமின்றி
நாமே தளமாக.

காலைக்கதிர் ஏப்ரல் 10–18, 1998

உறைந்து வந்த திருமுகம்

சிறு பராயத்துத் தோழனே !

பல்லாயிரம் மைல்களுக்கப்பால்
நீ களைப்புற்றிருக்கிறாய்.
உனது வைராக்கியம்
சீர் செய்ய முடியாமல் சிதறியிருக்கிறது.
புலன்களின் ஜீவனை
நெருப்பு தின்று கொண்டிருக்கிறது.
எந்த நிர்ப்பந்தத்துக்கும் தலை சாய்த்து
இதயம் உருக்குலைந்து போயிருக்கிறது.
உனது பார்வையில்
குளறுபடி நேர்ந்திருக்கிறது.
தாங்க முடியாத இருளின் சுழலுக்குள்
உனதிருப்பு அலைக்கழிக்கப்படுகிறது.

o0o

சூம்பிய உனது இருதயத்தின் மீது
எனது கரங்களை வைக்கிறேன்.
எனது இதயத்தின் ஒலி
உனக்குக் கேட்கிறதா?

நாம் கை கோர்த்துத் திரிந்த
ஞாபகங்களை மீட்டுவோம்.
பச்சை விரித்த மண் மீது
நமக்குப் பிடிப்பிருந்தது.
அயல் மனிதர்களை நேசித்தோம்.
இதயமிருந்த இடத்தில்
நமது மொழியை இருத்தினோம்.
விடியலின் திசையோடும் தேரில்
இரு கை சேர்த்தோம்.
முழுநிலாப் படர்ந்த தெரு வழியே
புரட்சியின் சேதி சொல்லிப்
பாடலிசைத்தோம்.

o0o

இன்றென்ன புரட்சி நேர்ந்தது?
ஜாக்சனின் பாடலில் கவனம் சிதைத்து
நீ வரைந்த மடல் பெற்றேன்.
பனிக்குள் உறைந்து போகும்
உனது சூழல் போலவே
நீயுமானாய் என்ற செய்தியுடன்.

தாயகம் 34

காத்திருக்கப்பட்ட காவு : யசீருக்கு அஞ்சலி

ஒரு புல்லைப் போலவோ
 அன்றேல்
பூவைப் போலவோ ஆனாயில்லை
அரபாத்!

காத்திருக்கப்பட்ட வெற்றிடத்துக்குள்
உனது மரணம்
இயல்பாக்கப்பட்டது.

வாழ்வு மறுக்கப்பட்ட தேசத்தில்
ஏதிலியாக நீ பிறந்தாய்.
போக்கிடமற்றுத் தவித்த
பலஸ்தீனத்தின் நைந்த ஆன்மா
உன்னுள் திடங் கொண்டது.
முகவரியற்ற உறவுகளுக்கு
நீ வாசல் திறந்தாய்.
சலியாத உழைப்போடு
அணி சேர்ந்து முன் சென்றாய்.

உலக மூலையெங்கும்
ஒடுக்கப்படும் மக்களுக்கு
குருதியும் நிணமும் சாம்பலும்
குழைத்தமைத்த நினது
தேச விடுதலை இயக்கம்
முன்னுதாரணமாகியது.

கால நீட்சியில்
நீயே
பலஸ்தீனத்தின் உயிரானாய்.
பலஸ்தீன ஆன்மாவை
உன்னிலிருந்து பிடுங்கியெடுக்கும் கனவுடன்
அலைந்தன சாத்தான்கள்.

ஒரு துயர்ப் பொழுதில்
சாத்தான்கள் விரித்த சமாதானத்துக்குள்
நீ மண்டியிட்டாய்.
அப்போதே
பலஸ்தீனத்தின் ஆன்மா
உனக்குள் சிதையத் தொடங்கிற்று.

முற்றுகைக்குள் முடங்கிய
உனது துயரம்
அழியும் பலஸ்தீனத்தின்
ஆரூடங்களை மெய்ப்பித்தது.

காத்திருக்கப்பட்டது உனது மரணம்
பலஸ்தீனத்தின் மரணமாக.

நீ மறைந்தாய், அரபாத்!
நினது வாழ்வு போலவே
மரணமும்
நமக்கும் ஓர் பாடமாக.

உதயன் சூரியகாந்தி 21–11–2004

அதிகாரம் பற்றிய குறிப்பு

கனவான்கள் கண்ணியம் நிறைந்தவராய்க்
கருதப்படுவர்.
கனவான்களிடம் கைத்தடி இருக்கும்.
கைத்தடிகளின் நுனியில்
அதிகாரம் பீறிடும்.
மாடு மேய்க்கும் இடையன்
பிரம்பால் அடிக்கும் ஆசிரியன்
குறுங்கம்பேந்திய காவற்காரன்
கம்பு சுழற்றும் சிலம்ப வீரன்
செங்கோல் தூக்கும் நீதியாளன்
வாளேந்திய அரசன்
சூலமும் வேலும் அங்குசமும்
தாங்கிய கடவுளர்
வெவ்வேறு கைத்தடிகள் எல்லோரிடமும்.

o0o

நடக்கும் கைத்தடியே
கனவான் சின்னம்.
அரசியல்வாதிகளும் பெருந்தனக் காரர்களும்
நடக்குந் தடியே பற்றுவர் வழமையில்

o0o

கைத்தடிகள் இல்லாக் கனவான்களுமுண்டு.
சிலரிடம்
ஆயுதங்கள் வெடிப்பொருட்கள்.
சீடர்கள் படை பரிவாரங்கள்
பலரிடம்
றபர்முத்திரை கடிதத்தலைப்பு பேனாவும்.

o0o

உங்களைப் போலவே
என்னிடமுமுண்டு அதிகாரம்
இவையெதுவும் இல்லாமல்.
கணவனாக... மனைவியாக...
தந்தையாக... தாயாக...

o0o

மரத்துக்கு அடித்தே
அதிகாரம் செலுத்துகிறார்கள்
நாளைய கனவானாகும்
நமது சிறார்கள்.

தாயகம் ஏப்ரல்—ஜூன் 2005

என்னுடையதும் அவர்களுடையதும் உலகங்கள்

சனங்கள்
வீசியடித்துப் போயினர்
சில குஞ்சுகளை,
எவரோ நட்டு வைத்த கூட்டில்
என்னைப் பராமரிப்பாளனாக்கி.

சின்னனும் பெரிதுமாய்
அசிங்கமாய் அழகதாய்
வெவ்வேறு மனத்தினதாய்
வெவ்வேறு உலகத்ததாய்

அவை மௌனத்தால் மொழிந்தன.
செயல்களால் தொடர்பாடின.
வார்த்தைகளால் புதிர் போட்டன.

எனது வார்த்தைகள்
அவற்றுக்குப் புதிராயின.
எனது செயல்கள்
அவற்றை மிரள வைத்தன.
எனது உலகம்
அவற்றை வலிந்திழுத்தது.
பால்வீதிக் கோள்களாய்
என்னைச் சுற்றின
அவற்றின் உலகங்கள்.

எனது உலகம்
விழுங்கிச் சமித்தது
அவர்களது உலகத்தையும் எண்ணங்களையும்.

வெளிச்சம் மார்கழி–தை 2005

(1997இல் எழுதப்பட்டது)

அங்கிடுதத்திகள் பற்றிய குறிப்பு

நின்று நிலைக்கின்றன
இந்தக் கள்ளிச் செடிகள்
எந்தக் காற்றையும் வரவேற்றபடி
எந்தக் காலத்துக்கும் வாயுதிர்த்தபடி
எல்லாச் சமரசங்களோடும்.

மழையில் அவை நீராடுகின்றன.
வெயிலில் தலையுலர்த்துகின்றன.
பழங்கறை நீங்கி
புதுக்கோலம் புனைகின்றன.

புதிய அரசர்கள் வருகிறார்கள்
கள்ளிச் செடிகள்
துதிபாடி வரவேற்கின்றன.
அந்தப்புரத்துக்கு
அழைத்துச் செல்கின்றன.

கள்ளிச் செடிகளுக்குண்டு ஓரிலக்கு
வாழ்வதுதான்!
எப்படியேனும்
எவருடனேனும்.

தெரிதல் தை–மாசி 2004

விதிப்பு

இது பூமரங்களின் காலம்.
விதவிதமாய் வருகின்றன
வண்ணத்துப் பூச்சிகள்.
அவை
முகர்ந்து முகர்ந்து
தேனருந்துகின்றன.
தேனின் சுவை குறித்துப் பெருமிதமாய்
பேசுகின்றன.

வண்ணத்துப் பூச்சிகள்
எப்போதும் வருவதில்லை.
பூக்கள்தான்
அவற்றை வரவழைக்கின்றன.
தேனற்ற பூக்களில்
அவை பெருமை கொள்வதில்லை.

பூக்கள் உதிர்ந்து காயாவன.
பூவுதிர்த்த மாற்றம்
பூமரங்களுக்கில்லை என்கின்றன
வண்ணத்துப் பூச்சிகள்.

தெரிதல் கார்த்திகை–மார்கழி 2005

ஒப்பனை ஊர்வலம்

புள்ளிவிபரங்களே வாழ்க!
உங்களால்தான்
நாட்டின் கல்வி மேம்பாடடைகிறது.
பொருளாதாரம்
சுபீட்சம் காண்கிறது.
அரசியல்
திடம் கொள்கிறது.

அறிக்கைகளே வாழ்வீர்களாக!
நீங்களே
இன மத மொழிகளுக்கிடையிலான
ஐக்கியம் பேணுகிறீர்கள்.
சமத்துவம் சகோதரத்துவம் உரிமைகளை
நிலைநிறுத்துகிறீர்கள்.
சுவர்க்கபுரியான நாட்டையும்
தார்மீக சமூகத்தையும்
கட்டியெழுப்புகிறீர்கள்.

உங்களின் ஒளிக்காட்சி
எங்கும் படிவதாக.

குருதியும் நிணமும் நாறும்
தெருக்களுக்கு
பன்னீரின் நறுமணம் தாருங்கள்.
உடைந்து சிதிலமான
வீடுகளைப் போர்த்தி
அழகு முல்லைகளை மலர்ப்பியுங்கள்.
ஊனமடைந்தவர்களை வனைந்து
இயல்பான மனிதர்களை உருவாக்குங்கள்.
கல்லறைகள் தேவையில்லை.
அவற்றை இருக்கைகளாக்கி
அழகான பூந்தோட்டம் அமையுங்கள்.
துயர் சுமக்கும் வாழ்வு குறித்தும்
துவண்டழும் மனிதர்கள் குறித்தும்
அக்கறை கொள்ளாதீர்.
செழிப்பான நாடெனும் கனவை
நிலை நிறுத்துங்கள்.
அதற்காக நீவிர் வாழ்க!

உதயன் 26–09–2004

இயக்க வியூகம்

போர் வீரர்கள் செப்பனிடுகிறார்கள்
தங்கள் துப்பாக்கிகளை
அடுத்த யுத்தத்துக்காக.

அரசியல்வாதிகள் ஈடுபடுகின்றனர்
பிரச்சாரப் பயிற்சியில்
அடுத்த தேர்தலுக்காக.

வணிகர்கள் ஒழுங்கமைக்கிறார்கள்
பண்டங்களையும் உத்திகளையும்
அடுத்த பண்டிகைக்காக.

ஊடகங்கள் தேடுகின்றன
குறைகளையும் இயல்பின்மையையும்
அடுத்த செய்தி அளிப்புக்காக.

தொண்டர்கள் காத்திருக்கிறார்கள்
அடுத்த பட்டத்துக்காகவும்
மடாலயத் தலைமைப் பதவிக்காகவும்.

கருமங்களைச் சுமந்தபடி அலையும்
மனிதர்கள் எதிர்பார்த்திருக்கின்றனர்
அடுத்த சம்பளத் தேதியை.

தெருவோர நிழலில்
எந்த விவஸ்தையுமற்றுப் படுத்துறங்கும்
பிச்சைக்காரனது மனதில்
நாளைய யாசகத் தெருவின் வரைபடம்.

நடுகை மாசி–பங்குனி 2004

சலனப் பொழுதின் படிமத் தோற்றம்

நான் ஒரு ஓவியக்காரனல்ல.
வண்ணங்களோ தூரிகைகளோ
என்னிடமில்லை.
எனது கண்களில்
ஓவியங்கள் துளிர்க்கின்றன.
பனி விலகும் காலையில்
உதிர்ந்த இலைகளால்
போர்வையிடப்பட்ட தரையில்
என் சின்ன மகள்
தன்னிச்சையாய் கிறுக்கிய
சுவர்க்கோடுகளில்
புத்தகத்தினுள் சுவடாய்ப் பதிந்த
சிறு பூச்சியில்
ஆலயத் தரையில் சிந்திக் காய்ந்த
பறவையின் எச்சத்தில்
சூரியன் மறைந்து சிவந்த
சலனமற்ற மேற்கு வானில்
என் கண்கள் நுழைந்து
ஓவியங்களைத் துளிர்க்கச் செய்கின்றன.

o0o

துளிர்த்து மலர்ந்த ஓவியங்கள்
கண்களின் வழியே
மனதினுள் இறங்குகின்றன.
அங்கே அவை கவிதைகளாகின்றன.
கவிதைகள்
கடந்த காலத்தை நினைவு கூருகின்றன.
நிகழும் அரசியலைப் பேசுகின்றன.
புதிதாய்
தத்துவங்களை உதிர்க்கின்றன.

திடீரென
எல்லாமழிந்து சூன்யமாகின்றது.
சூன்ய வெளியில்
இருளும் இருளின் கோடுகளும்
சுழன்று சுழன்று
புதிய புதிய ஓவியங்களாகின்றன.

ஜீவநதி வைகாசி–ஆனி 2008

பூனையும் பூனைக்குட்டியும்

நான் சிறுவனாயிருந்த போது
வாழ்க்கை
ஒரு பூனைக்குட்டியாக இருந்தது.
அது அடிக்கடி வந்து
தன் மென்மையான வாலால்
என்னை நீவியது.
அதன் ஸ்பரிசத்தால்
என்னைத் திளைக்க வைத்தது.
தன் உடம்பைச் சிலிர்த்தபடி
உற்சாகத்தோடு வந்து
விளையாட அழைத்தது.
குத்தென நிமிர்ந்த மரங்களில்
தாவிப் பாய்ந்து
என்னையும் உயரத்துக்கு
நகர்த்தியது.
வசீகரம் மிளிரும்
கண்களை உருட்டி
குரலை உயர்த்தி
தாளமிட்டுப் பாடியது.
என்னையும்
இரு கை சேர்த்தழைத்து
நடனமாடியது.

o0o

வாழ்க்கை
இப்போது படுத்திருக்கிறது
ஒடுங்கிப் போய்
ஒரு மூலையிலே.
அதன் உரோமங்கள்
ஒவ்வொன்றாய் உதிர்ந்து கொண்டிருக்கிறது.
ஈனக்குரலில் அது
கடந்த காலத்தை முணுமுணுக்கிறது.
துர்நாற்றமடிக்கும் தனதுடலை
அசைக்க முடியாமல் அல்லாடுகிறது.
அதன் கண்களில்
மரணதேவனின்
அச்சமூட்டும் விம்பம் படிகிறது.
தனது இயலாமையை வெளிப்படுத்தியபடி
நோயாளியாய் முடங்கியிருக்கும்
என்னை
நோக்கியபடி இருக்கிறது அது.

ஜீவநதி கார்த்திகை—மார்கழி 2007

யாரும் பாடலாம் என்னை

பாடுங்கள்!
உங்கள் நோக்கிலிருந்து
உங்கள் உணர்வேற்றி
உங்களுக்கான சொற்களுடன்
பாடுங்கள் என்னை!

மௌனத்தாலும் கண்ணீராலும்
நிரம்பிய பாத்திரத்தில்
எனது உணர்வுகள் ஒடுங்கியுள்ளன.
நம்பிக்கைகளும் கனவுகளும்
புதைந்திருக்கும் கல்லறையில்
எனது மகோன்னதங்கள்
சிறை வைக்கப்பட்டுள்ளன.

முனைப்பின்றித் துயிலும்
சிறு புழு நான்.

கனவுகளும் நம்பிக்கைகளும்
கண்ணீரும் மௌனமும் கொண்ட
எனதுலகம் இருக்கட்டும்.

நீங்கள் பாடுங்கள்!
எப்படியேனும்
உங்கள் மொழிகளில்
உங்கள் கருத்தேற்றி.

எதுவரை

எனது அப்பங்களை என்னிடமே தந்து விடு

உனது அப்பங்கள் உனக்குரியவை.
வேண்டாம் அவை எனக்கு.
எனது அப்பங்களை என்னிடமே தந்து விடு!

எனது பாட்டனும் தந்தையும் விதைத்த வயலில்
விளைந்த நெல்லாலானவை அவை.
உனது கோதுமை வயலில் விளைந்ததை
என்னிடம் திணிக்காதே.
எனது வயலில் கோதுமையை விதைத்து
காலகாலமாய் அது இருந்ததாகக்
கதையளக்காதே!
எனது வயலில் விளைந்த நெல்லில்
எனக்கான அப்பங்களைத் தயாரித்துள்ளேன்.
என்னிடம் தந்து விடு
பறித்த எனது வயல்களையும் அப்பங்களையும்.
உனது அப்பங்கள் வேண்டாம் எனக்கு.
அது உயர்வாயினும்
அச்சுவை எனக்கு உவப்பல்ல.
திணிக்காதே அதனை.

தீபம் வாரமலர் 23-04-2017.

தனிமையின் தீராப் பக்கங்கள்

இந்த இரவில்
தனிமையின் தீராப் பக்கங்களை
அவள் எழுதிக் கொண்டிருந்தாள்.
வாழ்வு காற்றெனவானது
காலமுழுதும் வீசியாடுவது
தென்றலாய் வீசிப் பின்
புயலெனச் சுழன்றடித்து
ஓய்ந்து நீள்வது.
வசந்தந்தங்களைத் தந்து
பிடுங்கிச் சுழல்வது.
இலைகள் உதிரும் காலத்தைப்
பரிசளித்து மறைவது.

ஒவ்வொரு இரவிலும்
உதிர்கின்றன இலைகள்.
தனிமையின் பக்கங்களில்
நிறைகின்றன
ஏக்கங்களும் துயரங்களும்.
சபிக்கப்பட்ட வாழ்வு குறித்தான
பாடல்களைக் கடந்தாயிற்று.

இன்றைய இரவு கொடுமையானது!
இனிவரும் இரவுகளும் அவ்வாறே.

ஒற்றைப் புரவியில் வரும் இராஜகுமாரர்கள்
காணாமல் போகும் செய்தியுடன்
காலைகள் விடிகின்றன.
தூக்கம் மறவாக் குழந்தைகளின்
சலனமற்ற முகங்களில்
நாளைய கனவுகள் நெளிகின்றன.
புதிரான வாழ்வின் முடிச்சை
அவிழ்க்கும் வகையற்று
தலையணையில் கண்ணீர் உறைகிறது.

தனிமையின் தீராத பக்கங்களை
அவள்
தொடர்ந்தும் எழுதிக் கொண்டிருக்கிறாள்.

கலைமுகம் ஒக்டோபர் டிசம்பர் 2022

மகனே! எங்கிருக்கிறாய்?

மகனே! நீ எங்கிருக்கிறாய்?
பிள்ளைக்கு விசுக்கோத்து வாங்கி வருவதாய்
சொல்லிச் சென்றாய்.
வழியில்
சீருடை அணிந்தவர்கள்
உன்னைப் பிடித்துச் சென்றதாய்
சொன்னார்கள்.

எல்லாப் படை முகாங்களுக்கும்
சென்று வந்தாயிற்று.
நினைப்பு வரும் போதெல்லாம்
படை முகாங்களை நோக்கியே
கால்கள் ஏகிற்று.
எவருமே கண்டதில்லையாம் உன்னை.

விதானையார் வீட்டிலிருந்து
கச்சேரி வரைக்கும்
நடந்து தேய்ந்த செருப்புகள்
மூலையில் கிடக்கின்றன.
எவரும் அறிந்ததில்லையாம் உனது செய்தியை.

அரசியல்வாதிகள் அனைவரையும்
பார்த்தாச்சு
கண்டுபிடித்துத் தருவதாய்
வாக்குறுதிகள் தந்தார்கள்.
அவர்கள் வாக்குறுதி அளித்தபோது
மடி தவழ்ந்த உன் சின்ன மகன்
இப்போது மீசை அரும்பும்
வாலிபனாகி விட்டான்.
அப்பா எங்கே என்று கேட்டலுத்து
அவனும் ஓய்ந்து விட்டான்.

எல்லோரும் மறந்து கொண்டிருக்கின்றனர் உன்னை.
நான் எப்படி மறப்பேன்
என் குலக் கொழுந்தே!
யோசியக்காரர்களும் குறி சொல்வோரும்
விதைக்கும் நம்பிக்கையுடன்
உன்னைத் தேடிக் கொண்டிருக்கிறேன்.
மரணம் நெருங்கும் கணம்வரை
தேடிக் கொண்டிருப்பேன்.
எங்கிருக்கிறாய் மகனே?

எதிரொலி 01-04-2018

உலகம் உருண்டைதான்

உலகம் உருண்டை என்றாள்
சின்ன மகள்
அது எவ்வளவு மகத்தானது என்றேன்
நான்
இல்லை அது கோளம் போன்றது என்றாள்
பின்
கணித ரீதியாக கோளமல்ல என்றாள்
எப்படியோ
உருண்டையானது என்பதே
எமக்குத் தெரிந்தது.
அதுவே மகத்துவமானது என்றேன்.
மனிதர்கள் திரும்பத் திரும்ப
சந்திக்க நேர்வதும்
சம்பவங்கள் மீள மீள
நடந்தேறுவதும்
வரலாறு புரண்டு மீள்வதும்
உருண்டையினாலன்றோ!
தட்டையெனில்
முன்னோக்குடன் செல்பவர்கள்
சந்திக்கும் புள்ளியேது?
சம்பவங்கள் காலம் மாறி
இடம் மாறி
ஆள்கள் மாறி நடப்பது ஏன்?
வரலாறு முரண் கொண்டு உருவெடுப்பதேன்?
உலகம் உருண்டை என்பது மகத்துவமானதுதான் மகளே!

2017

புரியாப் பாடல்

புரியாத பாடலைப் பாடிக் கொண்டிருக்கிறார்கள்
எல்லோரும்.
வார்த்தைகள் மாறுகின்றன.
வியாக்கியானங்கள் மாறுகின்றன.
அவரவர் நோக்கில்
பாடிக் கொண்டிருக்கிறார்கள்.

என்ன நடந்தது?
ஏன் நடந்தது?
யாருக்கும் புரியவில்லை.

ஒரு சாரார்
தங்கள் மதங்கள் கக்கியதை
மீள வியாக்கியானப்படுத்தி
பாடிக் கொண்டிருக்கிறார்கள்.
மறு சாரார்
தங்கள் அரசியலுக்குப் பொருத்தமான
வார்த்தைகளைக் கோர்த்துப்
பாடிக் கொண்டிருக்கிறார்கள்
புரியாத பாடலை
புரிந்து கொண்ட தோரணையில்.
அவர்களது பாடல்
மதுவாய் ஊறி
எல்லோரிலும் நிறைகிறது.
எல்லோரும் பாடுகிறார்கள்.
ஒவ்வொரு சுருதியிலும் ஸ்தாயியிலும்
நாரசமாய் ஒலிக்கும் பாடலில்
கட்டி வைத்த இழைகள்
ஒவ்வொன்றாய் அவிழ்கின்றன.

தாயகம் ஏப்ரல் – ஜூலை 2019

மூழ்கி எழல்

1

மீண்டும் ஒரு முறை
முகப்புத்தகத்துக்குள் நுழைந்து
முதல் விருப்பக்குறியை இட்டேன்.
சில காதல் குறிகளையும்
சில கவலைக் குறிகளையும்
சில ஆச்சரியக் குறிகளையும்
ஹாஸ்யக் குறிகளையுங் கூட இட நேர்ந்தது.

முதலாவது வாழ்த்தைப் பதிந்தது கண்ணனுக்கு.
அவன் சொந்தமாக சைக்கிள் ஒன்றை வாங்கியிருந்தான்.
சில பிறந்தநாள்
சில திருமணநாள்
பதவியேற்ற வருட நிறைவுகள்
நான்கு கவிதைகள்
பதினெட்டு கருத்தூட்டங்கள்
சில சுய படங்கள்
எல்லாவற்றுக்கும் வாழ்த்துகள்.

தாரை தப்பட்டைகள் கிழிந்து தொங்கும் தம்பட்டங்கள்
உப்புச் சப்பற்ற கருத்தூட்டங்கள்
எல்லாவற்றுக்கும்
ஆள் கருதிய விருப்பக்குறிகள்!
வந்து விழும் மரணச் சேதிகளுக்கு ஒரு துயர்பகிர்வு

தனக்கு விருப்பக்குறி கூட இடுவதில்லை எனக்
குறைப்பட்ட கவிஞருக்கு
இடையிடையே சபாஷ்!

தன்னைப் பற்றிய விமர்சனத்துக்கு
விருப்பக்குறி இட்டதால்
விமர்சகர் பிரான் நட்புநீக்கம் செய்தார்.
எனவே
வரும் விமர்சனங்களுக்கு ஒரு மௌனம்.

தன்னுடைய கருத்தூட்டத்துக்கு
கொமன்ற் எழுதுமாறு
தொலைபேசியில் சொல்லியவருக்கு
ஒரு ஆஹா கொமன்ற்.

இதற்கப்பால் இடையிடையே
நானும் இருக்கிறேன் என்பதற்கான பிரலாபங்கள்
படங்கள்

கூலிங் கிளாஸுடன் சகிக்க முடியாத
ஒரு சுயபடம் வெளியிட்டவருக்கு
அழகோ அழகு என எழுதி விட்டு
முகநூலை மூடுகிறேன்.

இலக்கியவெளி ஜனவரி–ஜூன் 2022

2

நேற்றெங்கள் தெருவில்
ஒலிபெருக்கி பூட்டிய ஓட்டோ
மரணச் செய்தியை விதைத்துச் சென்றது.
வழக்கமான ஒன்றுதான்!
சின்னத்துரை பொன்னம்பலம்

மரணித்து விட்டாராம்.
யாரென்று தெரியவில்லை.
உறவுகளும் தெரிந்ததாயில்லை.
கொரோனாவோ? வேறேதுமோ?
கரைந்து கடந்து போனது செய்தி.

இரவு முகப்புத்தகத்தைத் திறந்த போது
பூச்சியின் படம் முன்னே நின்றது.
பூச்சி இறந்து விட்டான்.
நேற்றுக் கூட கோவிலடியில்
என்னுடன் உரையாடினானே!
அஞ்சலிகள் நண்பனே!
கீழே அவனது பெயர் இப்படியிருந்தது
சின்னத்துரை பொன்னம்பலம்

3

யாரந்த முச்சங்கப் புரவலரோ?
இம்மென்று ஒரு வார்த்தை
இன்தமிழால் எழுதிடிலோ
கவியென்று சான்றழிக்கும்
கடைச்சங்கப் பேராளர்.
நாலு வரி சேர்த்து
படத்துக்கொரு கவிதை
சொல்லுக்கொரு கவிதை
எழுத்துக்கொரு கவிதை
ஒன்றும் சொற்களுக்கும்
ஒரு கவிதை
தமிழில் எழுதினால் சான்றளிக்கும் சங்கங்கள்.
என்னே பெரும் பேறு!
முகநூலில் மின்னும்
படம் போட்ட சான்றிதழ்கள்
கவிச் சிற்பி, கவிவேழம், கவிப்புயல், கவிச் சிங்கம்
கவி காளமேகமென

எண்ணற்ற பட்டங்கள்
ஈய்ந்திடும் நற்சங்கங்கள்.
பாரிக்குப் பின் வந்த
புரவலரைக் காணுதற்கும்
பாரதிக்குப் பின் வந்த
வேழமதைக் காணுதற்கும்
முகநூல் முத்தளிக்கும்.
மூழ்கியெழாதிருக்கலாமோ?

4

எனது நண்பனிடம் ஒரு வல்லமையிருந்தது
சித்தர்களைப் போல.
அலுவலகத்தில்தான் இருப்பான்.
முள்ளிவாய்க்கால் முற்றத்திலும்
காணாமல் போனவருக்கான ஆர்ப்பாட்டத்திலும்
வீதிப் போராட்டங்களிலும்
உணர்வொன்ற அவன் இருப்பான்.
கோவில் திருவிழாக்கள்
சாலை விபத்துக்களில் எல்லாம்
நேரடிச் சாட்சியாவான்.
உணர்வு ததும்பும் சொற்கள்
அவன் பிரசன்னத்தை உணர்த்தும்.
முகநூலில்
ஆச்சரியத்தோடு விதந்து பேசுவர் பலரும்.
கூடவே ஒரு பெருந்தன்மையும்
அவனிடமிருந்தது.
எந்த இடத்திலும் தன் படத்தை வெளியிட்டு
தம்பட்டம் அடிக்கானாம்!

காணாமல் போனது

நேற்றிருந்து என் ஊரைக் காணவில்லை.
ஒரு அசரீரியின் பின்
அது காணாமல் போனது.
முன்னரெல்லாம்
மந்தைகள் காணாமல் போயின
பின் மனிதர்கள்
இப்போது ஊர்
தத்தமது ஊர்களும்
காணாமல் போனதாய்
நண்பர்கள் சொல்கிறார்கள்.

ஒட்டுமொத்தமாய்
நாடே காணாமல் போய் விடுமென்று
இராக்குருவி புலம்பிச் செல்கிறது.

எல்லா இடங்களிலும் அசரீரி ஒலிக்கிறது.
குடுகுடுப்பைக்காரர்களோடு
இராக்குருவிகளும்
அசரீரியை வழிமொழிந்து பாடுகின்றன.
யாருளர்? என்ன நடக்கிறது?
யாருக்கும் தெரியவில்லை.

ஒடுங்கிய வீட்டு மூலையில் இருந்து
தொலைந்து போன ஊரின் நினைவுகளை
முணுமுணுத்துக் கொண்டிருக்கிறாள்
முதிய மனுஷி.

தீம்புனல் 11–09–2021

கேட்காத கீதம்

நேற்று என் பூட்டன் நட்ட மரத்தை
தறித்தீர்கள்

நான்கு தலைமுறைகளுக்கு
பழந் தந்தது
நிழல் தந்தது
விறகு தந்தது
என்று சொல்லிக் கொண்டு.

அணில்கள் கூடு கட்டின
காகங்கள் வாழ்ந்து திளைத்தன
தலைமுறையாக
குழந்தைகள் ஊஞ்சலாடின
என்று சொல்லிக் கொண்டு.

போகத்தில் பழம் விற்று
வாங்கிய பொருள்கள்
பெட்டகம் றங்குப்பெட்டி
சைக்கிள் சாய்வுநாற்காலி
நினைவாக உள்ளன
என்று சொல்லிக் கொண்டு.

பூட்டன் முகர்ந்த காற்றும்
தாத்தா தூங்கிய முற்றமும்
பாட்டி தலையுலர்த்திய கூடாரமும்
இல்லாமலானது என்று
தெரியாமலே.

பல்லாயிரம் நினைவுகளையும்
பலநூறு பேரின் மூச்சினையும்
உட்தேக்கிய மகாமுனி அது
என்று தெரியாமலே.

அறுந்து போனது
தலைமுறைகளின் வாழ்வும் மரபும்
என்று தெரியாமலே.

அழிந்து போன மரத்தின்
வேர்களில் அமர்ந்திருந்து
மூதாதையர்கள் பாடும்
ஆன்மகீதம் கேட்கவில்லை
யாருக்கும்.

மறுவாசிப்பின் முகங்கள்

மீண்டும் ஒரு புள்ளிவிபரம்
உங்கள் முன் வந்து விழுந்திருக்கிறது.

கொரோனாவின்
ஏறுமுகத்தைப் பார்த்துப்
பதைத்த பொழுதுகள் மங்கின.

பரீட்சையின் இறங்குமுகத்தோடு
ஒரு உத்வேகத்துடன்
புள்ளிவிபரத்தைக் கையிலெடுத்துள்ளார்கள்.

ஆதியாகமத்தை விட
அதிகமாய்
எல்லோரும் மறுவாசிப்புச் செய்கிறார்கள்.

கல்வியைக் கடைத்தேற்ற
வெளிநாட்டில்
உண்டியல் குலுக்கும் நண்பனது
ஒருமுகமாயிருந்தது.

கசாப்புக் கடையில்
இறைச்சி வெட்டியபடி சொன்னவனது
இன்னொரு முகமாயிருந்தது.

சங்கக்காரனது கண்டுபிடிப்பு
இன்னொன்றானது.

கல்வி அதிகாரியினது கண்டுபிடிப்பு
வேறாயிருந்தது.

பாடசாலை இன்னொரு முகத்தை
வடிவமைத்திருந்தது.

எல்லோரும் நன்கு மென்று
துப்பினார்கள்.

வியர்வையில் குளித்தபடி
வேலைசெய்து கொண்டிருந்த
பரீட்சையில் தோற்றவனின் முகத்தில்
ஆதியாகமத்தை விட
மறுவாசிப்புச் செய்தவர்களின் குற்றங்கள்
அட்டைபோல் ஒட்டிக் கிடந்தன.

காற்றுவெளி ஆனி 2022

நீளும் பேரொலி

மீண்டும் ஒரு மரணம் நிகழ்ந்தது.
யமனுடைய பாசக் கயிறு வளையில் தொங்கியது.

யமன்
இம்முறை ஒரு மார்க்கண்டேயியை உருவி எடுத்தான்.

நேற்று ஒருவனை காட்டுக்குள் இழுத்துச் சென்று
மரத்தில் தொங்க விட்டான்.

தெருவில்
மோட்டார் சைக்கிளில் சென்றவனையும்
வீசி இழுத்து
உயிரைக் கிள்ளி எறிந்தான்.

கடலில், கிணற்றில், வயல் வெளியெங்கும்
கண்ணி வைத்துக் காத்திருக்கிறான்
எலுமிச்சம் பழம், சிரிஞ், வகைவகையான
போதைவஸ்துகளையும் கண்ணியில் செருகியபடி.

ஒரு பத்தாண்டுக்கு முன்னைய ஓலப் பேரொலி
அடங்காது ஒலிக்கிறது.

பெரிய வலையை வீசி அகப்பட்ட
எல்லாவற்றையும் வாரி இழுத்து
சூன்ய வெளியை உருவாக்கிய பெருமிதம்
இன்னும் அடங்கவில்லை அவனுக்கு.

கூடவே இழைந்திழைந்து
நீள்கின்றன புதிய பேரொலிகள்.

யமன்
ஆசுவாசமாக அமர்ந்திருந்து
அடுத்த நாள் வீசுவதற்கான
கயிறுகளைச் சரிபார்த்துக் கொண்டிருக்கிறான்
கண்ணிகளையும் கவனித்தபடி.

உதிரும் பொய்கள்

பொய்யெரித்து
நீ எழுப்பிய விம்பம்
பின்னே நிழலாய் படர்கிறது.

உனது பாவனைகள்
தூயனாகக் காட்ட
நீ போடும் வேசங்கள் எல்லாமே
காற்றில் கிளம்பும் சருகுகளாக
உன்னைச் சுற்றி வட்டமிடுகின்றன.

அதனை ஒளிவட்டங்களாக
வணங்கி மகிழ்கின்றனர் சீடர்கள்.

அண்டசராசரங்களும்
உன் புகழைப் பேசுவதாக
ஒருநூறு பேர் சொல்லிக் கொண்டிருக்கின்றனர்.

ஆயிரம் குதிரைகள் இழுக்கும்
தேரில் ஆரோகணிப்பதாய்
நீ மகிழ்ந்து திளைக்கிறாய்.

இந்தத் திளைப்பு நிஜமல்ல மகனே !

உன் கவச குண்டலங்கள் சரிகிற
ஒரு நாளில்
உனது விம்பம்
உன் முன்னே படர்ந்து
எக்காளிக்கும்.

ஒளிவட்டங்களை சீடர்கள் ஏந்தி வந்து
உன் காலடியில் கொட்டுவார்கள்
சருகுகளென.

அந்தச் சருகுகளுக்குள்ளிருந்து
நெளியும் புழுக்களை எடுத்து
முன்னே தெரியும்
பிம்பத்தில் பொருத்தி
உனக்கான நரகத்தைக்
கட்டமைப்பார்கள் சீடர்கள்.

அந்த நரகத்துக்குள்
நீயெழுப்பிய விம்பத்தில்
எரிந்தெழும்பும்
பொய்கள்.

ஜீவன் உறைந்த வனம்

இந்த இடத்தில்தான் நாம் படித்தோம்
அப்போது கட்டடம் இருந்தது
இப்போது இல்லை

இந்த இடத்தில்தான் நாம் விளையாடினோம்
அப்போது மைதானமிருந்தது
இப்போது இல்லை

இந்த இடத்தில்தான் ஊஞ்சலாடினோம்
அப்போது ஆலமரமிருந்தது
இப்போது இல்லை

இந்த இடத்தில்தான் ஆசிரியர்கள் இருந்தனர்
இப்போது யாருமில்லை

இந்த வெளியெங்கும் நண்பர்களுடன் அலைந்தோம்
நண்பர்கள் யாருமில்லை இப்போது

இந்த இடத்தில்தான் எங்கள் ஜீவன் உறைந்திருந்தது
இப்போதும் அது இருக்கிறது.

இந்த வனாந்தரத்தில்
காற்றுந்த
மரங்களில் மோதி
சுற்றித் திரிகிறது
நினைவுகளைச் சுமந்தபடி.

வெள்ளம் போன பாதை

இந்த மழைக்காலம்
என் பால்யத்தில் இல்லை.

கோடையில்
நாங்கள் குதித்தோடும்
இந்தப் பாதையில்
மாரியில்
வெள்ளம் குதித்துப் புரண்டோடியது.

நாங்களும்
உடலெங்கும் நீர் நனைய
குதித்துப் புரண்டெழுந்தோம்.
சிறுமீன்களைத் துணி கட்டிப் பிடித்தோம்.

இந்தப் பாதைகள்
பெருவாய்க்கால்களில் முடிந்தன.
வாய்க்கால்கள்
வழுக்கியாற்றின் கிளை நதிகளாயிருந்தன.

இப்போது மழைக்காலமேயில்லை.
அவ்வப்போது வரும் சிறுதூறலில்
வெள்ளம் வீட்டு முற்றங்களில் சுருங்கி மறைகிறது.

நாங்கள் குதித்தோடும் பாதை
பனாட்டுத்தட்டுப் போல
தாரிட்டு உயர்த்தி
வெள்ளத்துக்கு மறிக்கப்பட்டாயிற்று.

கடையடைப்பு

நேற்றும் ஒரு கடையடைப்பு
நகரமே முடங்கியதாய் பத்திரிகைகள் பல்லிளித்தன.

அன்றாடங்காய்ச்சிகளுக்கு
ஒருநாள் ஓய்வு வழங்க
அரசியல்வாதிகள் எடுத்த
அசல் தீர்மானமென்றார்
உள்ளூர் பிரபலம்.

ஒருநாள் சம்பள இழப்பால்
பால்மாவுக்கு வழிதெரியாமல்
அல்லாடிய ஊழியன்
தூசணத்தில் ஏசினான் பிரபலத்தை.

பொதுமக்கள் வராத அலுவலகத்தில்
கையொப்பமிட்டு விட்டு
பொழுது போக்கச்
சீட்டாடினார்கள் ஊழியர்கள்.

கோவிலில் கூட்டம்
வீதியில் சனங்களின் நகர்வு
கிராமங்களில் அதே கோலம்.

நகரத்தில் அடைக்கப்பட்ட
நான்கு கடைகளுடன்
'ஹர்த்தால்' வெற்றியென
அரசியல்வாதிகள் அறிக்கையிட்டு
சுய இன்பம் கண்டனர்.

'தன்ரை குடும்பத்தைக் கூட
அணிதிரட்ட முடியாதவன் எல்லாம்
அரசியல்வாதியாம்!' சாமானியன்
புறுபுறுத்தபடி கடந்தான்

கழற்றி எறிந்த இரகசியம்

யாரும் எதிர்பார்க்காத தருணமொன்றில்
உன் புன்னையை சுமந்து வந்தது காற்று.

இன்னொரு நாள்
உனது முத்தத்தைச் சுமந்து வந்தது இரவு.

ஒரு ஈரலிப்பான நாளில்
உன்னை எடுத்து வந்திருந்தது
மழை.

அந்த மழைக் கூதலில்
உனது இரகசியங்களை ஒவ்வொன்றாய் கழற்றி எறிந்தாய்.

இடி இடித்து
மின்னல் வெட்டிய ஒரு கணத்தில்
காணாமல் போனாய்.

போனாய்தான்!
வரவில்லை இன்னும்.

எனது வீட்டு வளையில்
தொங்குகின்றன
நீ கழற்றிப் போட்ட
இரகசியங்களும்
முத்தங்களும்
புன்னகையும்.

மருத்துவமனையின் கீழ் உறங்கும் குளம்

இந்த மருத்துவமனையின் கீழ்
உறங்குகிறது
அப்பா நீர் பாய்ச்சிய துரவு
தாத்தா நீச்சலடித்த கேணி
பூட்டன் மீன் பிடித்த குளம்

மலேரியா தடுப்புக்காய் குளங்களைத் தூர்த்ததாய்
பாட்டன் சொன்னார்.

எஞ்சிய கேணியை
தன்னிறைவு விவசாயத்துக்காய்
தூர்த்ததாய்
அப்பா சொன்னார்.

சுகமான வாழ்வுக்காய்
துரவைத் தூர்த்து
மருத்துவமனை எழுந்தது.

மருத்துவமனைக்கான நீரை
அடுத்த ஊரிலிருந்து
எடுத்து வருகிறது குழாய்.

கீழே
உறங்கிக் கொண்டிருக்கிறது
குளம்.

கடவுள் களவாடிய இயற்கை

இந்த இயற்கையை
கடவுள்
கொண்டு வந்து வைத்தார்.

சுற்றிலும் பசியதாக
அது இருந்தது.

இயற்கையை மரங்கள் மூடியிருந்ததன.
மரங்களை கிளைகள் மூடியிருந்ததன.
கிளைகளை இலைகள் மூடியிருந்ததன.
இலைகளுக்குள் பழங்கள் ஒளிந்திருந்தன.
பழங்களுக்குள் பறவைகள்
முகம் மலர்த்தின.

இந்தச் சொர்க்கத்தை எனக்குப்
பரிசளிப்பதாக கடவுள் சொன்னார்.

'இது உன்னிடமிருந்து களவாடப்பட்டதுதான்'
மார்க்சிஸ்ட் சொன்னார்.

நீ எழுப்பிய ஆலைகளுக்குள்
தொலைந்து போனதையே
மீட்டு வந்ததாக கடவுள் சொன்னார்.

"உயிர்களுக்கானவற்றை ஏன் எடுத்துச் சென்றாய்?"
மார்க்சிஸ்ட் கேட்டார்.

"உயிர்கள் என்பது மனிதர்கள் மட்டுமல்லவே" கடவுள் சொன்னார்.

"மனிதனின் வாழ்க்கைக்கு இயற்கை வேண்டுமே. அதைப் பயன்படுத்துவதே தர்மம்" மார்க்சிஸ்ட் சொன்னார்.

"பயன்படுத்தி அழிந்ததையே மீட்டுத் தந்தேன்" கடவுள் சொன்னார்.

"அதில் பாதியை நீயே எடுத்தாய்" மார்க்சிஸ்ட் சொன்னார்.

கடவுள் சிலிர்த்தார்.
அதிர்ந்தடங்கியது புவனம்.
பறவைகளும் பழங்களும் இலைகளும்
வீழ்ந்தன காலடியில்.
"பார்த்தாயா நீ களவாடிய இயற்கையை" மார்க்சிஸ்ட் சொன்னார்.

தேசியவாதியும் முடவனும்

கடைசியாக அவர்கள்
சந்தித்தார்கள் ஒரு கோவிலில்
இரு தசாப்தங் கடந்து.

முடமான கால்களுடன்
கற்பூரம் விற்றுக் கொண்டிருந்தான் இவன்.
அதை வாங்கப் போன இடத்தில்
இவனை அடையாளங் கண்டான்
அவன்.

"இயக்கத்துக்குப் போனாயல்லவா?" அவன் கேட்டான்
"ஆமாம்! சமர்க்களம் பல கண்டேன்.
உடலெங்கும் குண்டுகள் தாங்கி
வீரனென்று கொண்டாடப்பட்டேன்.
யுத்தம் முடிந்தபோது முடமாக
வெளியே வந்தேன்
கொண்டாடியவர்கள் கைவிட்டனர்" என்றான் இவன்.

"இந்தியா சென்று ஆங்கிலத்தில் படித்து
இலங்கை வந்து
அரச தொழில் பெற்று
தமிழ்த் தேசிய உணர்வுற்று
அரசியல்வாதியாய் சேவை செய்கிறேன் நான்"
என்றான் அவன்.
'தமிழ்த் தேசியமல்லாத எதையும் நெருங்கேன்.
முருகன் தமிழ் கடவுள் என்பதாலே வந்தேன்' என்றும்
சொன்னான்.

இயக்கமில்லாத வெற்றிடத்துள்
துரோகிகள் நுழையாமல்
ஊழியம் செய்கிறானாம் அவன்!